AF659021

പൂർണ

2024

ജോയ്സി എബ്രഹാം

കോഴിക്കോട് ജില്ലയിലെ കല്ലുരുട്ടിയിൽ വർക്കി - മറിയക്കുട്ടി ദമ്പതികളുടെ മകളായി ജനിച്ചു. തിരുവമ്പാടി സേക്രട്ട് ഹാർട്ട് ഹൈസ്കൂൾ, ഗുരുവായൂർ ലിറ്റിൽ ഫ്ളവർ കോളേജ്, മൈസൂർ റീജണൽ ഇൻസ്റ്റിറ്റ്യൂട്ട് ഓഫ് എഡ്യുക്കേഷൻ എന്നിവിടങ്ങളിൽ വിദ്യാഭ്യാസം. അധ്യാപികയായി ജോലി ചെയ്തുവരുന്നു. ഭർത്താവ്: കെ. ജെ. എബ്രഹാം. മക്കൾ: ഐറിൻ, ആഷ. വിലാസം: ജോയ്സി എബ്രഹാം, കുഴികണ്ടത്തിൽ ഹൗസ്, മണാശ്ശേരി പി.ഒ, മുക്കം (വഴി), കോഴിക്കോട് - 673602, ഫോൺ: 9495244674

കവിതകൾ

ഡ്രോസിറാ സങ്കീർത്തനങ്ങൾ

ജോയ്സി എബ്രഹാം

പൂർണ പബ്ലിക്കേഷൻസ്, കോഴിക്കോട്

കോഴിക്കോട് ▪ കല്പറ്റ ▪ തിരുവനന്തപുരം

Poorna Publications

Drocira Sankeerthanangal

Poems

Joisy Abraham

Malayalam
First Edition: March 2024

Cover: Painting Asha
Cover Designing: Yuva ad media

Typesetting: Poorna Clt.

ISBN:978-81-300-2717-3
Sl.No.10423 (3-2024) 55.I.0.a

Published by:
POORNA PUBLICATIONS, KOZHIKODE
TBS Building, G.H. Road, Kozhikode-673001
Ph: 0495-2720085, 2720086, 2721025

Branches: **Kalpetta** 04936-203842
Thiruvananthapuram 0471-2570504

e-mail:tbsbook@gmail.com
Online Bookstore: www.tbsbook.com

അശാന്തിയിൽ നിന്നുള്ള

ഒളിച്ചോടൽപോലെ

എന്നിൽ കവിത ഉറവെടുക്കുന്നു

മുഖക്കുറിപ്പ്

കവിത എനിക്ക് മനസ്സിന്റെ പടച്ചട്ടയാണ്. മനസ്സ് വേവലാതിപ്പെടുമ്പോൾ കവിതയെഴുത്ത് എന്നെ ഏതോ സ്വപ്നതീരത്തേക്കെന്നതുപോലെ വലിച്ചെറിയുന്നു. വിറളി പിടിക്കുന്ന മനസ്സിനെ അത് സാന്ത്വനപ്പെടുത്തുന്നു. കഴിഞ്ഞ രണ്ട് പതിറ്റാണ്ടിനിടയിൽ കാലം എന്നോട് സംവദിച്ചത് ചെറു കവിതകളുടെ രൂപത്തിൽ കുറിച്ചുവെച്ചത് ശേഖരിച്ചതാണീ കൊച്ചു പുസ്തകം. ഇത് പ്രസിദ്ധീകരിക്കണമെന്ന് നിർബന്ധിച്ച പ്രിയ വത്സലടീച്ചറിനും അവതാരിക എഴുതിയ ശങ്കരൻ സാറിനും പ്രോത്സാഹനം നൽകിയ ജ്യേഷ്ഠൻ സെബാസ്റ്റ്യനും ഭംഗിയാർന്ന രീതിയിൽ പ്രസിദ്ധീകരണം നിർവഹിച്ച പൂർണ പബ്ലിക്കേഷൻസിനും എന്റെ ഹൃദയം നിറഞ്ഞ നന്ദി. ഇതെന്റെ ആദ്യ കവിതാസമാഹാരമാണ്. ഈ കവിതാസ്വകാര്യം സഹൃദയർക്ക് മുന്നിൽ വിനയപൂർവ്വം സമർപ്പിക്കുന്നു.

കവിത: അർത്ഥ നിർധാരണത്തിന്റെ അനേക സാധ്യതകൾ

കെ. പി. ശങ്കരൻ

വിമർശനത്തിൽ പൊതുവേ ഞാൻ ദീക്ഷിക്കുന്ന സ്വരം ഉന്മൂലനത്തിന്റേതല്ല; പിന്നെയോ, ഉന്മീലനത്തിന്റേതാണ്. ഈ വശം, ഇതിനിടെ പൊതുവെ അംഗീകരിക്കപ്പെട്ട വസ്തുതയാണല്ലോ. രണ്ടു പദവും തമ്മിൽ, ലിപി രൂപത്തിൽ നന്നെ നനുത്ത, അന്തരമേ ഉള്ളൂ. പക്ഷേ, അനുഭവത്തിലുള്ള അന്തരം കനത്ത ഒന്നാണല്ലോ. വല്ലപ്പോഴും ആദ്യത്തേതിനു ഞാൻ മുതിർന്നിട്ടുണ്ടാവാം. എന്നാലും, തുറന്നു പറയട്ടെ; രണ്ടാമത്തേതിനോടാണ് എനിക്കു പഥ്യം. ഇവിടെ ആ വശം വിശേഷിച്ചും പ്രസക്തം. എന്തെന്നാൽ, എന്റെ പ്രിയപ്പെട്ട ഒരു വിദ്യാർത്ഥിനിയുടെ ഇനങ്ങളോടത്രേ ഞാൻ ഇടപഴകുന്നത്. ആ കുട്ടി, പഴയ സ്വാതന്ത്ര്യം വെച്ച് ഞാൻ ജോയ്സിയെ അങ്ങനെ വിശേഷിപ്പിക്കട്ടെ. പോരാ, വേറെയുമുണ്ട് കാരണം; പ്രായം കൊണ്ടു തളരാത്ത ഏതോ കുട്ടിത്തത്തിന്റെ തനിമ, ഇന്ന് എത്ര മുതിർന്നിട്ടും, ജോയ്സി നിലനിർത്തുന്നു. കവിത എന്നതും കൂട്ടത്തിൽ ഒന്നാവാം. അതിനാൽതന്നെ, താൻ മുതിരുന്നില്ല. സ്വതേതന്നെ എന്റെ സ്വരം മാർദ്ദവത്തിന്റേതാണ് എന്ന പ്രത്യേകത (പോരായ്മ എന്നും പറയാം) ഇവിടെ അനുകൂലഘടകമാവുന്നു. കവിത വൃത്തബദ്ധമാവുന്നതത്രേ എനിക്കു പഥ്യം. ഇവിടെ അതു ഗദ്യാത്മകം, അപ്പോഴും, ഞാൻ ആ അംശവുമായി സമരസപ്പെടട്ടെ, വൃത്തത്തിലല്ലാതെ തളിർക്കുന്ന ഇനങ്ങൾക്കും കൈവരാമല്ലോ കവിതയുടെ തനിമ. അതുമായി ഞാനിവിടെ തൻമയീഭവിക്കുന്നു. ('തൻമയീഭവിക്ക' വാക്ക് അസാരം കടുപ്പം, അല്ലേ? പുതിയ കാലത്ത് ഞാൻ ആ ഭാവം പിന്നെയും പിന്നെയും കൈക്കൊള്ളേണ്ടി വരുന്നു. ആ വാക്കല്ല, അതു നിവേദിക്കുന്ന പൊരുളാണല്ലോ നിർണായകം.)

അങ്ങനെ തൻമയീഭവിച്ചാലോ; പിന്നെ, സ്വതേ എനിക്ക് അത്ര ഹിതമല്ലാത്ത ഇനങ്ങളോടും പൊരുത്തപ്പെട്ടോളുക തന്നെ! വൃത്തത്തെ നിരസിക്കുന്നതിനോടുള്ള നീരസം ദൃഷ്ടാന്തം. അതുപക്ഷേ, അത്ര കർക്കശമായ ഒന്നല്ല. ഭാവത്തിനു നിരക്കുന്ന രൂപം എന്നതാണല്ലോ ഏറെ ഹിതകരം. ജോയ്സി, പ്രായേണ, അതു പാലിച്ചിട്ടുണ്ട് എന്ന് ആ വശം സംഗ്രഹിക്കട്ടെ, അപ്പോഴും തനിഗദ്യത്തിന്റേതല്ലാത്ത ഒരു താളം പരിരക്ഷിച്ചു കാണുന്നു. ഇക്കാലത്ത് അതുമായി ഒത്തുതീർപ്പിൽ എത്തുക എന്നതാവുമല്ലോ പ്രായോഗികം. ആ പാഠം ഞാൻ ഒരു വിധം പാലിക്കുന്നു.

ഒത്തുതീർപ്പുകൾ വേറെയും ഉണ്ടാവാം. ജോയ്സി എന്റെ പ്രിയപ്പെട്ട വിദ്യാർത്ഥിനി എന്ന നിലയിൽ അറിയാതെതന്നെ അവയ്ക്ക് അധീനനാവുന്നു.

ഉള്ളടക്കത്തിലെ ഒരിനമാണല്ലോ 'തണുത്ത വെയിൽ'. അതെ, പല പാകത്തിലും ചൂടു കൂടുന്ന ഇക്കാലത്ത് വെയിൽ ഇത്തിരി തണുക്കുന്നതു തന്നെ ഹിതകരം. (അല്ലെങ്കിലും എന്റെ വെയിലിനു തണുപ്പാണ് എന്ന പരാതി പുതുമയല്ല.) ജോയ്സിയുടെ ഇനങ്ങളിലൂടെ കടന്നുപോരുമ്പോൾ, ഞാൻ ഈ വശം ഹിതകരമായി എടുക്കുന്നു. ഈ വശത്തിന് ധാരാളം ദൃഷ്ടാന്തങ്ങൾ നിരത്തുക എന്നതായേനേ ഏറെ ഹിതകരം. എന്നാലും, ഏകകോശജീവി എന്ന ഒറ്റ ഇനത്തിൽ ഒതുങ്ങട്ടെ. 'പരിണാമചക്രത്തിൽ ഏതോ ദശാസന്ധിയിൽ വളർച്ച മറന്നവളിവൾ. ഈ ഏകകോശജീവിയെ ഏതു സൗരയൂഥത്തിനാണാവശ്യം 'എന്ന സന്ദേഹത്തിൽ സമാപിക്കുന്നത്, സത്യത്തിൽ, പരക്കെ അവഗണിക്കപ്പെടുകയാണോ എന്ന ഈഷലിനു എന്നുതന്നെ പറയട്ടെ - വിധേയമോ എന്ന വേവലാതിപ്പെടേണ്ട ഇത്, കവിതയുടെ അനിവാര്യതയ്ക്ക് അടിവരയിടുകയല്ലേ ചെയ്യുന്നത്? ഞാൻ അങ്ങനെയൊരു നിഗമനമത്രേ ഇതിൽ നിന്ന് നിർധരിക്കേണ്ടത്. വൃത്തനിരാസം എന്നത് സ്വതേ എന്റെ അഭിരുചിക്കു നിരക്കാറില്ല എന്നതത്രേ ഏറെക്കുറെ നേര്. എന്നാൽ ഇവിടെ ആ നിരാസം പോലും എന്റെ ഹിതത്തിനു നിരക്കുന്നു. കവിതയുടെ ഏറ്റവും ഹിതകരമായ വിസ്മയം, അതു നമ്മുടെ നിലപാടുകളിൽ അഴിച്ചുപണികൾ നടത്തുന്നു. നാം അറിയാതെ അതിന് ഹിതചികിത്സ നിർവഹിക്കുന്നു എന്നതാണല്ലോ. ആ അംശത്തിൽ സഫലമായിത്തോന്നിയ – എന്റെ അഭിരുചിക്ക് എന്നേ ഉദ്ദേശിക്കുന്നുള്ളൂ. ഒട്ടാകെയുള്ള അഭിരുചി സംബന്ധിച്ച് നിഗമനം സ്വരൂപിക്കാൻ ഞാനാര്! 'ഇനമത്രേ കരിപുരണ്ട കാലം' ആ ഇനം ജോയ്സിയെ അത്ര ആകർഷിച്ചിട്ടുണ്ടാവില്ല എന്നാണ് അനുമാനിക്കേണ്ടത്. അടയാളപ്പെടുത്തിയവയിൽ, അത് അകപ്പെട്ടുകാണുന്നില്ല. ഇവിടെ വെച്ചാണല്ലോ കവിത

അതിന്റെ സ്വത്വം സ്ഥാപിക്കുന്നത്. അത് ഒരു പരിധി വരെയെങ്കിലും, പല പല നിഗമനങ്ങൾ സ്വരൂപിക്കാൻ പ്രാപ്തി നേടുന്നു എന്നത് എന്നെ സംബന്ധിച്ചിടത്തോളം, ഏതും നിസ്സാരമല്ല. ഉദ്ധരിക്കാൻ, ക്ഷമിക്കണം, ഞാൻ ഒരുമ്പെടുന്നു. 'കാലമെത്ര വാടിപ്പോയീ കഥകളോ പഴങ്കഥകളായ്....' ഒടുക്കം നിഗമനമോ; ബാല്യപ്പൂന്തോപ്പിലെ 'ഒരു കുഞ്ഞിലഞ്ഞിപ്പൂ ഒരായിരം സുഗന്ധച്ചെപ്പു തുറ'ക്കുന്നതായി! ഈ നഷ്ടവിഷാദത്തേങ്ങലുകൾ അറിവിൻ മാറാപ്പിന്റെ കനമേറും ഭാണ്ഡമാവാം.

'വിതുമ്പാനായുന്നു മനം, പൊയ്പ്പോയ് നൽപ്പുലരികൾ തൻ നൻമകളിൽ ഊയലാടു'കയാണ് എന്നതു തന്നെ.

ഇത്തരം നഷ്ടവിഷാദത്തിന്റെ തപ്തസ്മരണകളിൽ ഊയലാടുക എന്നത് കവിതയ്ക്ക് മാത്രം കഴിയുന്ന താലോലത്തിന്റെ അനുഭൂതിയല്ലേ?

ഇരിക്കട്ടെ, കവിത അനുവാചകനിൽ ഉണർത്തുന്ന പ്രതികരണം, കരുതുന്നതിൽ നിന്നും വ്യത്യസ്തമോ, ചിലപ്പോൾ അതിനു വിരുദ്ധം തന്നെയോ ആവാം. ഇതല്ലേ, ആവിഷ്കാരത്തിന്റെ അപരിമേയമായ സാധ്യത! എന്നിരിക്കേ, 'പരിണാമചക്രത്തിൽ ഏതോ ദശാസന്ധിയിൽ വളർച്ച മറന്നവളിവൾ' എന്നത് അനുതാപത്തിനല്ല, ആത്മസംതൃപ്തിക്കല്ലേ ഇടയാക്കേണ്ടത്? ഈ ഏകകോശജീവിയെ ഏതു സൗരയൂഥത്തിനാണാവശ്യം എന്ന ചോദ്യം, വിപരീതാർത്ഥത്തിൽ എടുക്കുവാനത്രേ എന്റെ അഭിരുചി അനുശാസിക്കുന്നത്. ചോദ്യം ഒരുപക്ഷേ, വിപരീതധ്വനിയാവും ഉണർത്തുന്നത് എന്നു ഞാൻ ഉൾത്തെളിവോടെ ഊഹിക്കട്ടെ. ഇത് വിതുമ്പാനായുന്ന മനം നന്മകളിൽ ഊയലാടവേ എന്നത്, എന്നെ വിശേഷിച്ച് പിടിച്ചുനിർത്തി എന്ന് പ്രത്യേകം അവകാശപ്പെടട്ടെ. ഈ കരിപുരണ്ട കാലം ജോയ്സിയുടെ തെരഞ്ഞെടുപ്പിനു പുറത്തായിപ്പോയി എന്നത്, കവിത അനുവാചകരിൽ സൃഷ്ടിക്കുന്ന പ്രതികരണം, കവിയുടെ അനുമാനത്തിനു വിരുദ്ധമാവാം എന്നതിനുള്ള വിലപ്പെട്ട ഉദാഹരണമാവുന്നു. അഥവാ, അവനവനെ അവനവനു തന്നെ വിലയിരുത്താൻ വിഷമം നേരിടുന്നു എന്നിടത്തുവെച്ചാണല്ലോ, കവിത അനന്വയമായി മാറുന്നത്. ഈ വിസ്മയത്തിന്റെ വേറൊരു വിതാനമായിട്ടത്രേ 'പരിണാമചക്രത്തിൽ ഏതോ/ദശാസന്ധിയിൽ/വളർച്ച മറന്നവളിവൾ/ഈ ഏകകോശജീവിയെ/ഏതു സൗരയുഥത്തിനാണാവശ്യം' (ഏകകോശജീവി) എന്ന ചോദ്യത്തിന് ഞാൻ അർത്ഥം നിർധരിക്കുന്നത്. കവിതയിൽ കൗതുകം ജനിക്കുന്നവർ വിരളം. അവരുടെ അഭിരുചി തന്നെ ഏകരൂപത്തിലായിരിക്കുക എന്നത് അതിലേറെ വിരളം എന്നിരിക്കേ, ഇവിടെ

ചോദ്യം വിപരീതവിവക്ഷയിലാണ് എന്നു ഞാൻ വിചാരിക്കുന്നു. (അഥവാ അനുവാചകന് ഉദിച്ചു കിട്ടുന്നതെന്തോ, അതാണ് കവിതയുടെ സാക്ഷാൽ വിവക്ഷ എന്നത് വല്ലപ്പോഴും സംഭവിച്ചേയ്ക്കാവുന്ന വിസ്മയം മാത്രം!) ഏതു സൗരയൂഥത്തിനാണാവശ്യം എന്ന ചോദ്യത്തിന്റെ വിവക്ഷ പരക്കെ ആവശ്യമാണ് എന്ന നിഗമനമത്രേ എന്നിൽ ഉണർത്തുന്നത്. ഇത് ഇനി ചിലരിൽ വേറെ വിവക്ഷകൾ ജനിപ്പിച്ചു കൂടാ എന്നില്ലല്ലോ. ആ സ്വാതന്ത്ര്യം അവർ വിനിയോഗിക്കുന്നു എന്നത് സ്വാഭാവികം. വിവക്ഷ സംബന്ധിച്ചു പുലരുന്ന ഈ വ്യക്തിഭേദം ഏതു സൗരയൂഥത്തിലും നിൽക്കുകയും ഇല്ല എന്നത്, കവിതയുടെ അർത്ഥനിർധാരത്തിൽ സമസ്യകൾ സൃഷ്ടിക്കും. അതു ഹിതകരം തന്നെ എന്നു ഞാൻ വിചാരിക്കുന്നു. കലാശത്തിൽ, കവിതക്കു തന്നെ അതിന്റെ നേട്ടം. 'വെട്ടൊന്ന് മുറി രണ്ട്' എന്ന ആശയം സാധാരണ ജീവിതത്തിലും അഭികാമ്യമല്ലല്ലോ. കവിതയിൽ അതു തീരെ ആശാസ്യമല്ല. അർത്ഥം കണിശമായി നിർധരിക്കാൻ കഴിയാത്ത എന്നതോ പോട്ടെ, കഴിയുന്നത് അഭികാമ്യം എന്നു കരുതാനേ വയ്യാത്ത ഒരു വ്യത്യസ്ത പ്രതിഭാസമത്രെ എന്നു വിശ്വസിക്കാനാകുന്നു എനിക്കിഷ്ടം എന്നിരിക്കേ, ഈ കുറിപ്പിൽ സൂചിതമാവുന്ന നിഗമനങ്ങളെ എതിർക്കുന്നതും തിരുത്തുന്നതും ഒക്കെ എനിക്കു സമ്മതം! കവിക്കു മാത്രമല്ല, ഓരോ അനുവാചകനും ഉണ്ടുതാനും ആ സ്വാതന്ത്ര്യം.

കെ. പി. ശങ്കരൻ
ചൈത്രം, പട്ടാളമുക്ക്
പി. ഒ. കോട്ടാംപറമ്പ്
കോഴിക്കോട് - 673 008

സമർപ്പണം

എന്റെ അമ്മച്ചി

വടാശ്ശേരിൽ മറിയക്കുട്ടി ടീച്ചറിന്

ഉള്ളടക്കം

ഒരു ഏകകോശജീവി

ഇവൾ,
ശവം പോലൊരു പെണ്ണ്.
പണ്ടൊരു പെൺകുട്ടിയായിരുന്നു.
ഇന്നിവളൊരു മുഴുപ്പെണ്ണായി;
പിന്നെ 'മുഴുഭ്രാന്തി'യെ പോലെയും.

ചിലപ്പോൾ,
തീ തുപ്പിച്ചീറ്റുമൊരു
ചൈനീസ് ഡ്രാഗൺ.
മറ്റു ചിലപ്പോൾ
സ്വപ്നസൗന്ദര്യങ്ങൾക്കു
സ്വന്തം കളിത്തോഴി,
സുഗന്ധയാമങ്ങൾ തൻ
വിൽപ്പനക്കാരി!

മഹാവിസ്ഫോടനകാലം മുതൽ
ഒരേയൊരിരിപ്പാണിപ്പൊഴും!
വിളറിയും പതുങ്ങിയും,
ഇടറിക്കൂടുന്നവളിവൾ.

വരാനിരിക്കും
വസന്തകാലമിവൾക്കന്യം.
പരിണാമചക്രത്തിന്നേതോ,
സംഭ്രാന്തദശാസന്ധിയിൽ,
വളർച്ച മറന്നവളിവൾ.
ഈ ഏകകോശജീവിയെ,
ഏതു സൗരയൂഥത്തിന്നാണാവശ്യം?

തണുത്ത വെയിൽ

ഈ തണുത്ത വെയിൽ,
എന്റെ കുഞ്ഞുഫിലോമിനയെ
ഓർമ്മിപ്പിക്കുന്നു.

കാലത്തിരമാലകൾക്കപ്പുറം
ഒരു മൂന്നാംക്ലാസ്സ് മുറി.
അന്നാദ്യമായ്
'മരണം' എന്ന വാക്ക് ഞാനറിഞ്ഞു.
അതിന് മഞ്ഞനിറമായിരുന്നു.
തണുത്ത വെയിലിന്റെ നിറം,
ശവംനാറിപ്പൂവിൻ ഗന്ധവും.

വെള്ള സോക്സിട്ട പാദങ്ങൾ,
ഒരിറ്റു കണ്ണീരിൻ നനവോടെ
നിശ്ചേതനമായൊതുങ്ങിക്കിടന്നു.
വെള്ളപുതച്ച വസ്ത്രത്തിൽ
നിൻ കുർബാനത്തിരുമുടി,
അസാധാരണമായി തിളങ്ങി.

പാടവരമ്പിലൂടെന്നോടൊപ്പം
വേദപാഠക്ലാസ്സിലേക്കോടും,
ശുഭ്രസോക്സണിഞ്ഞ നിൻ
ഇതേയിളം പാദങ്ങളിൽ,
മെയ്മാസപ്പുലരിമഞ്ഞ്,
മണിരത്നങ്ങളെപ്പോൽ
മിന്നിച്ചേർന്നിരുന്നത്,
ഇന്നലെയായിരുന്നില്ലേ?

'ഉണ്ണീശ്ശോ'*യ്ക്ക് നമ്മൾ
കസവു തലയണ തുന്നുവാൻ
വേദപാഠപുസ്തകത്തിൽ
സ്വന്തം സുകൃതങ്ങൾ
അടയാളപ്പെടുത്തിയതും
സഖീ, ഇന്നലെയല്ലയോ?

മരണകവാടവും കടന്ന്,
വെൺമാലാഖവൃന്ദമദ്ധ്യേ
നീയിരിക്കുമ്പോൾ,
ശുഭ്രസോക്സിൻ മുത്തുകൾ,
ഇന്നുമെനിക്കുള്ളിൽ
തിളക്കമാർന്നുകാണാം.

പള്ളിയങ്കണത്തിലെ
വൈക്കോൽക്കൂനയി-
ലൊളിപ്പിച്ച, മാമ്പഴഗന്ധങ്ങൾ
ഇനിയെന്നു നുകരും നാം?

'സാറ്റു'കളികൾക്കിടയിൽ,
തൂണിലെ വട്ടംചുറ്റലിൽ,
ഒപ്പം കറങ്ങിയൊരാ ഭൂമിയും,
ചെമ്മണ്ണുമിന്നെവിടെ?

നിഗൂഢ മന്ദസ്മിതവുമായ്
എൻപ്രിയ മൊണാലിസേ,
'കുർബാന കൈക്കൊള്ളപ്പാടി'
ന്നിതാ അന്ത്യമാകാറായ്.

കൊച്ചുമാലാഖച്ചിറകുകൾ
മൃദുവായ് മുട്ടിയുരുമ്മി,
എന്നാത്മാവിലൊരു
ശുഭ്രകസവാട ചാർത്തി
മന്ദം നീ മറയുകയോ?

---

* *ഉണ്ണിയേശു*

വീണ്ടുമിന്നൊരു ക്രിസ്മസ് രാവ്

ഇപ്പോൾ,
വിതുമ്പുന്ന ക്രിസ്മസ് രാവ്.
ഇങ്ങിനി വരാംവണ്ണം മറഞ്ഞ
രാത്രിപ്പള്ളി, പകലുകൾ.

അന്ന്,
തേച്ചുമിനുക്കലിന്റെ
ക്രിസ്മസ് തലേന്ന്,
പകൽ, മനസ്സും, വീടുപോലെ
തേച്ചുമിനുക്കേണ്ടതുണ്ട്.
അടുക്കളയിൽ അമ്മച്ചിയുടെ
കള്ളപ്പസുഗന്ധവും കറികളും
പലഹാരങ്ങളും മിനുക്കപ്പെടണം.
'ഉണ്ണീശോപ്പുല്ലു'* തേടി മലകയറണം.

പുൽക്കൂടിവിടെ ഇതാ, ഇങ്ങനെ.
അതിൻ,
പണിപ്പുരകൾ തന്നോർമക്കയം.
'കമ്യൂണിസ്റ്റുപച്ച'പ്പൂക്കൾ
ആർത്തു മദിച്ചു മറിയും,
നീലമലയോര മടക്കുകളിൽ
കാലം, ചലനമറ്റു കിടന്നു.

അന്ന്,
കരോൾ ഗാനങ്ങളുടെ
നിർമ്മല പരവതാനിയിലൂടെ,
സൗഹൃദ വിശറികളുടെ,
വിണ്ണോളമുയരും സാന്ത്വനത്തണുപ്പ്.

പകപ്പില്ല,
കറയില്ല,
മറയില്ല.
'രാത്രിപ്പള്ളിപ്പോക്ക്' അങ്ങനെയാണ്.
ചൂട്ടുവെളിച്ചങ്ങളുടെ താരനിര,
നാട്ടുവർത്തമാനങ്ങളും.

കൈച്ചൂട്ടും മിന്നിച്ചുകൊണ്ട്,
നിത്യപഥികനായ യേശുവും
ഞങ്ങൾക്കൊപ്പമുണ്ടായിരുന്നു.

ഡിസംബറിൻ മഞ്ഞുതുള്ളികൾ
പാദുകങ്ങളെ നനച്ചു ചുംബിച്ചു
വയൽവരമ്പിലെ നാണംകുണുങ്ങിപ്പുല്ലുകൾ
ഞങ്ങൾക്കു വഴിമാറിത്തന്നു.

പുത്തൻ വെള്ളയുടുപ്പുകളിൽ
വരുംവഴിയിലെ പുഷ്പഗന്ധം.
രാക്കിളികൾ തൻ സംഗീതരാവിലൂടെ
സ്വർഗീയശുദ്ധിയുടെ ദിവ്യപാതയിൽ
ശാന്തരായ് ഞങ്ങൾ നടന്നുനീങ്ങി.

വൃക്ഷത്തലപ്പിലൂടമ്പിളി,
മാനത്തു മന്ദം മിഴി തുറക്കുമ്പോൾ
നടപ്പാതകളും ഊടുവഴികളും താണ്ടി
ഒരു വിശുദ്ധ തീർത്ഥാടനം.

ആകാശങ്ങളിലെ നക്ഷത്രശതങ്ങൾ
നടക്കും ഞങ്ങളോടടക്കം പറഞ്ഞു
മന്ദഹസിച്ചുകൊണ്ടിരുന്നു.

നിശാമധുരഗീതങ്ങൾ തൻ
പിറവിദിനത്തിലന്നത്തെ
'രാത്രിപ്പള്ളി'ഗമനം തന്നോർമപോലും
ഇന്ന് ആനന്ദദായകം...
തോട്ടിറമ്പിൽ മാനത്തുകണ്ണികൾ
ഒളികണ്ണിട്ട് ഉറ്റുനോക്കി; പിന്നെ,

സമൃദ്ധമാം നിലാവെളിച്ചത്തിൻ
വിവശതയിൽ പിൻവാങ്ങും!
കൈത്തോട്ടിലെ പുതുവെള്ളം,
ആകാശ ചാരുതയിൽ ഓളംവെട്ടും.

ഒതുക്കുകല്ലുകൾ ചവിട്ടി
മല കയറുകയായ് ഞങ്ങൾ.
പുതുപുത്തൻ കവണികളും
ഞൊറിഞ്ഞ് അടുക്കിട്ട മുണ്ടുകളും
മൃദുമർമ്മര സ്പർശമേൽപ്പിച്ചു.

സെമിത്തേരിയിലെത്തിയതും, സ്വപ്നത്തിൽ
വല്യമ്മ ഓടിവന്നാശ്ലേഷിച്ചു!
അവർ തൻ കഴുത്തിൻ ഞൊറികളിൽ
ഒരു ഞൊടിയിട തലോടി വീണ്ടുമൊരു
മുലപ്പാൽ നുണയും പൈതലായ് ഞാൻ
മിനുമിനെ മിന്നും മിന്നാമിനുങ്ങിൻ
മാലാഖമാരെ കൂടെക്കൂട്ടി,
സങ്കീർത്തിയിലേക്ക്* ഞങ്ങളണയുകയായി.

കുന്തിരിക്കത്തിന്റെയും
കത്തും മെഴുതിരിയുടെയും
സമ്മിശ്ര ഗന്ധസ്മരണയിൽ
ബ്രസ്സീലിയൻ ക്രിസ്തുപ്രതിമ പോൽ
ഒരായിരം കാരുണ്യക്കരങ്ങളുമായ്,
ദേവാലയം ഞങ്ങളെയും കാത്തുനിന്നു.

അതെ, വീണ്ടുമിന്നൊരു ക്രിസ്മസ് രാവ്!

---

* *പള്ളികളിൽ ദിവ്യബലി (വിശുദ്ധ കുർബാന) അർപ്പിക്കുന്ന പ്രധാന സ്ഥലം.*

ഡ്രോസിറാ* സങ്കീർത്തനങ്ങൾ

അന്ന്,
മിഴിപ്പീലികളിൽ വീണ
സ്വപ്ന രത്നവൃഷ്ടി
കൊഴിഞ്ഞ കാലത്തിൻ
മഷിത്തണ്ടിലകളെ
അമൃതൂട്ടിയിരുന്നു.
ഭൂമിതൻ
ഹരിത നിമ്നോന്നതങ്ങളിൽ
അന്നവ
കാൽത്തള ചാർത്തിയിരുന്നു.

ഇന്ന്,
അവ ആസിഡ് മഴയായ്
കണ്ണീർപ്പാടങ്ങളിൽ വീഴും
വിഷത്തുള്ളികൾ!
വേദനതൻ
കുഞ്ഞുപാമ്പുകളിഴയും
ഇടനെഞ്ചിൻ തേങ്ങൽ,
ഇരപിടിയൻ
ഡ്രോസിറച്ചെടികൾ മൂളും
സാന്ധ്യ മൃത്യുസങ്കീർത്തനങ്ങൾ പോലെ.

ആ ശതസഹസ്രം
ആർത്തനാദങ്ങൾക്കിടയിലൂടെ
അപ്പോഴും,
ഇഴഞ്ഞുനൂഴുന്നവർതൻ
സഹന സുസ്മിതത്തിൽ,
ഒരു മൃദു പ്രത്യാശതൻ
വജ്രകാന്തി.

---

* *ഉഷ്ണമേഖല പ്രദേശങ്ങളിൽ കാണപ്പെടുന്ന മാംസഭോജിയായ ഒരു സസ്യം*

ഒരു വേനൽക്കാലക്കുറിപ്പ്

നോക്കൂ,
എന്റെയീ പൂത്താലത്തിൽ
കരിഞ്ഞ പുഷ്പങ്ങളാണ്.
എന്റെയീ മൂക്കുത്തി തിളങ്ങുന്നത്
ഹൃദയാഗ്നിയാലാണ്.
ഈ ചില്ലു കരിവളകൾ,
തീരാദുഃഖം മാത്രം തരും
ഗതകാലസ്മൃതികൾ.

എൻ ചെഞ്ചേലതൻ
തീക്ഷ്ണവർണ്ണങ്ങളിതാ
മങ്ങിത്തുടങ്ങിയിരിക്കുന്നു.

എന്റെയീ വെള്ളിക്കൊലുസ്സുകളോ
തണുത്തുറഞ്ഞു
നിശ്ശബ്ദമാക്കപ്പെട്ടിരിക്കുന്നു.
നെറുകിലെ ശോണസിന്ദൂരം
ആകാശത്തിൻ സൗരാഗ്നിയേറ്റും
മസ്തിഷ്ക പ്രകമ്പനങ്ങളിൽപെട്ടും
നിറംകെട്ടുപോയിരിക്കുന്നു.

എങ്കിലും, ഒന്നെനിക്കുറപ്പാണ്
ദൂരെയെവിടെയോ നിന്നൊരു
പനിനീരിന്റെ ശീതളിമ,
എനിക്കറിയാനാവുന്നുണ്ട്.

മുന്നിലെ ഇല്ലിമുൾപ്പടർപ്പിലൂടെ
വരണ്ട പാടശേഖരത്തിനുമപ്പുറം
പാറക്കൂട്ടങ്ങൾക്കിടയിലൂടെ,
എനിക്കു പോകേണ്ടിയിരിക്കുന്നു.

അവിടെയെത്തുംവരെ
നെറുകിലെ രക്തസിന്ദൂരത്തിൻ
നിറമല്പവും മങ്ങിപ്പോകരുത്

അതെ, എനിക്കതിവേഗം
പോകേണ്ടിയിരിക്കുന്നു.
മുന്നിലൊരു നൂറായിരം
കാതമിനിയുമെൻ ചടുലപാദങ്ങളോടെ!

പാവ

ഞാനൊരു കളിപ്പാവ.
മിനുപ്പാർന്ന മുടിയഴക്.
തിളങ്ങുന്ന മേലുടുപ്പ്.
ഞൊറിഞ്ഞുവെച്ച പാവാട.
പൂവിതൾപോലെ പാദങ്ങൾ.

ചാവി നൽകുമ്പോൾ ചിരിക്കും.
ചാവി നൽകുമ്പോൾ കരയും.
നടക്കാൻ കൽപ്പിച്ചാൽ നടക്കും.
ഇരിക്കാൻ കൽപ്പിച്ചാൽ ഇരിക്കും.

ഒരു സൂചിമുനതൻ വേദന
നിരന്തരം ഞാൻ ഭക്ഷിക്കുന്നു.
തുറന്ന കണ്ണുകളോടെയെങ്കിലും
ഒന്നും കാണാതെ ഞാനിരിക്കുന്നു.

അനന്തമാമീ നീലാകാശമോ
ഒരു തുരുത്തിൻ പച്ചപ്പോ
എന്റെ നേർക്കാഴ്ചയിലില്ല.
ഈ കൽഭിത്തിക്കുള്ളിൽ
എനിക്ക് ശ്വാസവുമില്ല.

വിഷാദക്കയങ്ങളിലൂടെ
നീന്താൻ പോലും എനിക്കവകാശമില്ല.
പിൻചെന്നു കൂട്ടുകൂടുവാൻ
എനിക്കാഗ്രഹമില്ലാഞ്ഞല്ല,
പക്ഷേ, ചാവി കൊടുത്താൽ
തുടങ്ങേണ്ടയോ നൃത്തം!

അതാ പിന്നെയുമിതാരോ
ചാവി പിടിച്ചു തിരിക്കുന്നു.
ഇന്നീ നിശ്ശബ്ദ നിലവിളി
മാത്രമാണെന്റെ സ്വന്തം!

ഉറക്കം

ഉറക്കം ഒരു പുതപ്പ്.
അതിനുള്ളിൽ നിങ്ങൾക്ക്
മരിക്കാതെ മരിക്കാം.

ഉറക്കം ഒരു ഒഴുക്ക്.
അശരീരിയാകാതെ തന്നെ
അതിൽ വിലയം പ്രാപിക്കാം.

ഉറക്കം ഒരു വൃക്ഷമാകുന്നു.
ചാഞ്ഞ കൊമ്പുകളല്ലെങ്കിലും
അതിൽ കയറിപ്പറ്റി
വിലക്കപ്പെട്ട കനി പറിക്കാം.

ഉറക്കം ഒരു മഴ പോലെ,
വെള്ളത്തുള്ളികളില്ലാതെ
നിങ്ങൾക്കതിൽ രമിക്കാം.

ഉറക്കം ഒരു സാന്ത്വനം.
ശാന്തിഗീതങ്ങളുടെ ബുദ്ധൻ
കൂടെയില്ലെന്നാകിലും,
നിങ്ങൾക്കുയിർത്തെഴുന്നേൽക്കാം.

മേൽമുണ്ട്

എന്റെ മേൽമുണ്ടെവിടെ?
വിധേയത്വത്തിൻ മേൽമുണ്ട്?
മറ്റൊരവയവം പോലിന്നും
സദാപിയെൻ കൂടെയുണ്ടിത്.
പാതി മാത്രം കണ്ടും
പാതി മാത്രം കേട്ടും
തുടിക്കുമോരവയവം!

വയസ്സറിയിക്കും മുൻപ്
ഒപ്പമുണ്ടായിരുന്നില്ല.
അനന്തവിഹായസ്സിലൊരു കിളിയായ്
ഞാനന്നു പറന്നുല്ലസിച്ചതോർക്കുന്നു.
അക്കാലത്തു ഞാൻ തീർത്തും
അനലംകൃതയായിരുന്നു.

ഈ മുണ്ടിൻകരയ്ക്കു സ്വർണ്ണവർണ്ണം
പുറമെ പളപളപ്പെങ്കിലും
അകമേ വെറും ജീർണഗന്ധം മാത്രം.
പുറമെ മിനുമിനുപ്പെങ്കിലും
കരിങ്കല്ലിൻ പരുപരുപ്പാണുള്ളിൽ.

സൗകര്യമൊന്നുണ്ടെന്നാലീ
മേൽമുണ്ട് പുതച്ചെത്തിയാൽ
ലോകർ നിങ്ങളെ വാഴ്ത്തും വാനോളം!
സിംഹാസനത്തിൽപ്പോലുമവരോധിക്കും!

വക്രമനസ്സിൻ ദുർഗന്ധവുമായ്,
സാത്താന്റെ ചേഷ്ടകളോടെ,
വിരാജിക്കുന്ന നിങ്ങളെ
ആർക്കുമേ കാണാനാവില്ല,
കാരണം
അരികിൽ കസവുള്ള മേൽമുണ്ടാണിത്.
വിധേയത്വത്തിൻ തിളക്കമാർന്നത്.

മലമടക്കുകളുടെ കന്യക

വിശുദ്ധി തന്നൊരു
ശുഭ്രനിലാത്തുണ്ടവൾ.

പാടവരമ്പിൻ പുലർകാല
കുളിർമഞ്ഞിലൂടെ
നഗ്നപാദങ്ങളൂന്നിയവൾ
നടക്കവേ ചുറ്റുമുയരും
പരിമളധൂപ ലയമന്ത്രധ്വനി.

അവൾക്കു കൂട്ടിനോ?
കാട്ടരുവികൾ തൻ മധുരഗീതം
വിജന വഴിവിളക്കുകൾ പോൽ
ജാഗ്രനേത്രങ്ങളുമായവളിന്നീ
യണ്ഡകടാഹത്തിനു കാവൽ!

ദേവീ, സുരസുന്ദരീ, സീതേ,
ഇനി വരാനിരിക്കും ചുഴലികൾ
നിന്നെ ധൂളീകരിക്കാതിരിക്കട്ടെ!

ഈ നീലമേലാപ്പ് പ്രച്ഛന്നമായ്,
കാളകൂടാഘാതമായ്, നിന്മേൽ
പെയ്തിറങ്ങാതിരിക്കട്ടെ!

തുടരുക നീ സഖിയീ
യാത്രയനന്തമായ്,
ഒരു സോപാനഗീതം പോൽ!

അതിഥി

കണ്ടുമറന്നൊരു സുന്ദരസ്വപ്നം.
പീലിവിടർത്തിയാടും ദിവ്യചാരുത.
പതുങ്ങിപ്പതുങ്ങി, പിന്നിൽ വന്ന്,
പൂണ്ടടക്കം പിടിക്കും തൃഷ്ണ;
എന്താണു നീ?

അമരത്തിരുന്ന് വിറങ്ങലിക്കും
ഓണത്തുമ്പിച്ചിറകിനെ,
ആശ്ലേഷിച്ചുമ്മവെയ്ക്കും,
കനിവിന്നിളങ്കാറ്റ്.

നിറങ്ങളോടിക്കളിക്കും
ബാല്യത്തിരുമുറ്റത്തെ
കനൽപ്പൂവിൻ കാന്തിയിൽ
തൂവൽവെൺമതൻ
മിനുപ്പെഴും
നനുനനാത്തിളക്കം
ആരാണു നീ?

യുഗാന്തരങ്ങളായ്
നിശ്ചലത മാത്രം
ഏറ്റുവാങ്ങാൻ വിധിക്കപ്പെട്ട
ഉത്രാടരാത്രികൾ തൻ
സൗഹൃദം.

കയങ്ങളിൽ പൊങ്ങിത്താഴും
വിശുദ്ധാത്മാക്കൾ തൻ
മൂക നെടുവീർപ്പ്.
എന്താണു നീ?

ക്ഷണിക്കാതെയെത്തി
യോരതിഥിയോ നീ?
തികച്ചും അവിചാരിതം!

യാത്ര

തല കീഴായ്
തൂങ്ങിക്കിടക്കുമീ
വേതാളത്തെയും പേറി ഞാൻ
ഒട്ടു ദൂരമായ് ഈ വഴിയിലലയുന്നു.
എന്നരികിലായ്
പാറിപ്പറക്കുമീ സ്വർണ്ണത്തുമ്പികൾ.
പാതയോരത്തെ നക്ഷത്രപ്പൂക്കളോ
സുസ്മിതനേത്രരാം വഴിമുടക്കികൾ!
ആഴിയലകൾ പാദസരങ്ങൾ പോൽ
പുൽകിപ്പുൽകി വീണ്ടും
ചാർത്തീയലുക്കുകൾ
എന്നിരിക്കിലും
ഈ പെരുവഴിയിലലയും
ഞാനൊരേകാന്ത പഥികൻ.
പതിവു കടങ്കഥകൾക്കൊന്നും
ഉത്തരങ്ങളില്ലാത്ത നിസ്സഹായൻ.
പാണികളാൽ ആർക്കുമനുഗ്രഹങ്ങൾ
പൊഴിക്കുവാനാവാത്തൊരു
ഹതഭാഗ്യൻ!
ചതഞ്ഞരഞ്ഞൊരാ
പരേതാത്മാക്കൾ തൻ
നിലവിളികൾ, വിലാപങ്ങൾ
ഭാണ്ഡക്കെട്ടിൽ പേറി ഞാൻ
രാജവീഥികളിലൂടലഞ്ഞു.

ചോദ്യങ്ങളോരോന്നും
ദിഗന്തങ്ങളിൽത്തട്ടി
പ്രതിധ്വനിച്ചു.
അവതൻ പ്രകമ്പനമേറ്റ്
ഭൂമി വിളറി വെളുത്തിടുന്നു.
താഡനമേറ്റു തളർന്ന മനമോടെ
വേതാളവും യാത്ര മതിയാക്കുന്നു.
ഇനിയിതാ അന്ത്യയാമത്തിൻ
കനൽനൃത്തം!

മടപ്പിള്ളിക്കയം

പച്ചയുടെ ഗാഢവശ്യത,
വിസ്മയച്ചെപ്പിന്നനന്യത,
അന്തമില്ലാ പ്രണയച്ചുവപ്പിൽ
വേരുകളാഴ്ന്ന നിത്യശാന്തത.
വിറങ്ങലിക്കും ചുഴിത്തിരമാലകൾ
ഒളിപ്പിച്ചുവെച്ച വിസ്മയച്ചെപ്പ്
അതത്രേ ഈ കയം, മടപ്പിള്ളിക്കയം.

ഏതോ ജന്മത്തിനപ്പുറത്തുനിന്നുമെത്തു
മൊരു മന്ദ്രമണിനാദം പോൽ,
ഒരു നിത്യവിഷാദത്തൂമഴ പോൽ,
കാട്ടിലലഞ്ഞെത്തി പാറിപ്പറക്കും
നോവിൻ മേഘവെണ്മയിലൂടെ,
ഒരു വിങ്ങിപ്പൊട്ടലായെത്തും,
മരണക്കയമത്രെ മടപ്പിള്ളിക്കയം.

ഏതോ മായക്കാഴ്ചയിലെന്നപോൽ
ഒരുപറ്റം മാലാഖക്കുഞ്ഞുങ്ങൾ
അതിലൂയലാടുന്നതു കാണാം.

നിശ്ശബ്ദതക്ക് ഘനം വെച്ചുണർന്ന
പ്രശാന്തിതൻ ശൈലഗർഭം.
ആഴത്തികവും ഔന്നത്യഗരിമയും
ഒരേപോൽ സ്ഫുരിക്കും പ്രഹേളിക
ഈ കയം, മടപ്പിള്ളിക്കയം!

യാമിനി പ്രേമിനി

തെങ്ങോലകൾ മുറിച്ചിട്ട നിലാവെട്ടം.
നിർലജ്ജം, നിർമ്മലമെങ്കിലും നിഗൂഢം.
യക്ഷിപ്പനകളിൽ പരേതാത്മാക്കൾ,
രാത്രിതൻ നിർനിദ്രയിലേക്കുവീശും
പാലപ്പൂമണം.
പ്രേമിനീ യാമിനീ
നിന്നെയിന്ന്
ഏതു തീരത്തു കാത്തു ഞാൻ!
ഒടുങ്ങാപ്രണയത്തിൻ ജലച്ചുഴിപ്പിലോ
അന്ധഗായികയാം വനനിലാവിൻ
സ്നിഗ്ദമാം തേങ്ങൽ.
പൊഴിയും ഗാനങ്ങളിലോ യാതനാസാഗരം.
പ്രാചീന നടപ്പാതകളിലിടറും
ചന്ദ്രികാശകലങ്ങൾ!
ആസന്നസ്വപ്നങ്ങളിൽ രക്തപുഷ്പങ്ങൾ.
ദേവതരുണിതൻ ചിലമ്പൊലികളാം
പ്രസന്ന മന്ത്രാക്ഷരങ്ങളോ,
അപ്സരസ്സുകൾ തൻ ആർദ്രനിശ്വാസങ്ങളോ,
നീലോല്പലങ്ങൾ വിടരും മൃദുമന്ത്രണമോ,
ഇനിയുമണയാത്തൊരാ വസന്തഋതുതൻ
വിദൂരധ്വനിയിലൂറും തേങ്ങലോ,
ശാന്തിഘട്ടത്തിലീ പവിത്രസ്നാനത്തിനുശേഷം
ഇന്നേതു മർമ്മരത്തിനായ് കാതോർത്തു നീ?

ഒരു പാചകക്കുറിപ്പ്

വിശേഷപ്പെട്ട
ഒരു പലഹാരമാണെനിക്ക്
ഇന്നൊരുക്കേണ്ടത്.

വേണ്ട ചേരുവകൾ?
മാറാപ്പിലെ സ്വപ്നനഷ്ടങ്ങളും
ശോകസന്ധ്യകളിലെ ഏകാന്തതയും
കൂട്ടിക്കുഴച്ചതാണീ മാവ്!

നിഷ്കളങ്കതയിൽ നിന്നിറ്റും
തീവ്രവേദനയായ്
ഒരാത്മാവിൽ നിന്നും
കടംകൊണ്ടതാണിതിൻ മധുരം.

പാറ പൊട്ടിക്കുന്ന
പിഞ്ചുപൈതങ്ങൾ തൻ
സങ്കടക്കടലിലെ ഉപ്പും,
എനിക്കിതിൽ ചേർക്കേണ്ടതുണ്ട്.

ഒരിക്കലുമൊടുങ്ങാത്ത
വിരഹത്തിൻ കനലടുപ്പും
ഇതാ തയ്യാറായിക്കഴിഞ്ഞു.
ഇണയുടെ വേർപാടിൻ ഗദ്ഗദത്തീയിൽ
എന്റെ പാചകമിതാ തീരാറായി.

നീതിക്കായ്
ദാഹിക്കുകയും വിശക്കുകയും ചെയ്യുന്ന
ഒരു നൂറായിരം മനസ്സുകൾ
എന്റെയീ വിശിഷ്ട പലഹാരം
ആർത്തിയിലാസ്വദിക്കും, തീർച്ച!

കരിപുരണ്ട കാലം

കാലമെത്ര മാറിപ്പോയ്!
കഥകളോ പഴങ്കഥകളായ്
ബാല്യപ്പൂന്തോപ്പിലെ
കൊച്ചുസൂനങ്ങളോ,
വാടിപ്പോയ്.

വിടർന്നീലൊരു ദിനവും
അത്രമേൽ വിശുദ്ധിയാർന്നതായ്.
തെളിഞ്ഞീലൊരു സ്വപ്നവും
അത്രമേൽതിളക്കമാർന്നതായ്.

ഒരു കുഞ്ഞിലഞ്ഞിപ്പൂവൊരായിരം
സുഗന്ധച്ചെപ്പു തുറക്കവേ,
ഒരു കൊച്ചുനെല്ലിക്കയോ രസനതൻ
നറുമുകുളങ്ങളിലുല്ലസിക്കവേ,
എന്തിനീ
നഷ്ട വിഷാദത്തേങ്ങലുകൾ?
അറിവിൻ മാറാപ്പിതിൻ കനമേറും
ഭാണ്ഡമാവാം കാരണം.
വിതുമ്പുകയാണെൻ മനം
പൊയ്പ്പോയ നൽപ്പുലരികൾ തൻ
നന്മകളിലൂയലാടവേ.

കിണർ

ഭൂമിതൻ ഉള്ളകം.
അലയടിച്ചു ശയിക്കും
സ്ഫടിക കവാടം.

നിത്യശാന്തിതൻ ഉറവ്,
സമൃദ്ധിതൻ സ്ഥൈര്യം
കിണറുകൾ, സാന്ത്വനങ്ങൾ.

ചാഞ്ഞും ചരിഞ്ഞും,
പാത്തും പതുങ്ങിയും,
നിരീക്ഷണവലയം ഭേദിക്കുമ്പോൾ
തുള്ളിത്തുളുമ്പാതെ നിശ്ചലം.

സ്വപ്നത്തുള്ളികളാം
ജലകണികകൾതൻ
ഗർഭം പേറുന്നവർ,
നൈർമ്മല്യത്തിൻ
വശ്യസ്മേരം.

ആകാശച്ചെരുവിലെ
മുഴുചന്ദ്രനെയും
തൻ മന്ദഹാസത്താൽ
ഒപ്പിയെടുക്കുമ്പോൾ
ഭൂമിതൻ ഉള്ളകങ്ങൾ
സ്നേഹക്കിണറുകൾ.

പരിവ്രാജക

ആകാശലോകങ്ങളന്ന്,
അത്യുയരങ്ങളിൽനിന്നും
അഗ്നിസ്ഫുലിംഗങ്ങൾ പൊഴിച്ചു.

സമുദ്രത്തിൻ പ്രചണ്ഡതരംഗങ്ങൾ
മേഘങ്ങളിൽ തൊട്ടു പിൻവാങ്ങി,
വീണു പൊട്ടിച്ചിതറിയില്ലാതെയായ്.

ഗോചരമാവില്ലെന്നറിഞ്ഞ് ഇന്ദ്രധനുസ്സുകൾ
പൊടുന്നനെ സ്വയമഴിഞ്ഞുപോയി.
മയൂരയുഗ്മങ്ങളും ചിറകൊതുക്കി.

സ്വന്തം തപശ്ശക്തി നിലച്ചതായിക്കണ്ട്
വിഷണ്ണരായ മൽസ്യകുമാരികൾ
കുതൂഹലങ്ങളഴിഞ്ഞ് ബലഹീനരായി.

സ്പന്ദനരഹിതങ്ങളായ
രൂപാരൂപ ലോകങ്ങളെയെല്ലാം
അഗാധമായ ഇരുട്ട് വിഴുങ്ങി.

ഭ്രമണപഥം തെന്നിയ ഗ്രഹങ്ങൾ
ഛിന്നഭിന്നമായി പൊട്ടിത്തെറിച്ചു.
ആഴത്തിനു മുകളിൽ ഇരുട്ടുപരന്നു.*

ഒരുൾക്കിടിലത്തോടെയെങ്കിലും ഞാനാ
അനന്തമാം നിശ്ശബ്ദ സ്വപ്നതീരത്തിന്റെ
പ്രാചീനമായ ഏകാന്തതയിലേയ്ക്ക്
ഉറ്റുനോക്കി.

---

* *ഉല്പത്തിയുടെ പുസ്തകം (1:2) ബൈബിൾ*

ഒരു വിശുദ്ധ ഭീതി

നിന്റെ വിശുദ്ധിയെയാണെനിക്കു ഭയം.
കാട്ടിന്നിരുട്ടിലോ, സാന്ധ്യ നിഗൂഢത്തിലോ
സാഗരഗർഭത്തിലോ, ഗോളവിദൂരങ്ങളിലോ
എവിടെപ്പോയ് ഇനി ഞാനൊളിക്കും?

എൻ തീവ്രവിലാപത്തിൻ തേങ്ങൽ
അത്രമേലടക്കിപ്പിടിക്കുവാൻ മാത്ര-
മൊന്നുമെന്നെയിന്നു പ്രാപ്തയാക്കുന്നുമില്ല.
ഒരു പരിവ്രാജകന്റെ സഹജമാമുൾവിളിയാൽ
നിന്നെതേടി ഞാൻ നീളെയലഞ്ഞുവെന്നാലും
നിൻ നൈർമല്യം, എന്നെയകറ്റുന്നു ഭീതിയാൽ.

ഉറഞ്ഞ ഗുൽമോഹർപ്പൂക്കളുറങ്ങും
ഹിമചില്ലുപാതകളും പിന്നിട്ട്,
ദൂരേക്കകന്നുപോകുന്നു നീയും.
ആസക്തനേത്രങ്ങൾക്കദൃശ്യയായ്
അന്യയായ്, അസ്പൃശ്യയായ്.

നിൻ നെറ്റിത്തടത്തിൽ കേവലമൊരു
പുഷ്പചുംബനത്തിന് എനിക്കായിരുന്നെങ്കിൽ!
ഇല്ല, ഇല്ലൊരു നെഞ്ചുറപ്പിൻ കണികയും
എന്നുള്ളിരുവപ്പെടുന്നില്ലിപ്പൊഴും.

ഇരുണ്ടോരാവരണം പോലുള്ളോരീ ഭീതിതൻ
കരിങ്കമ്പിളി നിശ്ശേഷം നീക്കീടുമാ-
ശുഭ്രാശ്വാരൂഢനണയും വരെ,
ഈ പാതയോരത്ത് ഒരു അഹല്യയായ്
ഞാനിന്നുറഞ്ഞിരിക്കും നിശ്ശബ്ദം,
മന്ത്രനിശ്ചലതതൻ രാമശിലയായ്.

മാസ്ക് - 2020

ഈ അണു
ഇത് ഉയിർകൊണ്ടതെങ്ങനെ?
സന്തോഷത്തിൻ ചൂട്ടുവെളിച്ചം
ചങ്കിൽ തല്ലി കെടുത്തും ദിനങ്ങൾ.
പൊട്ടിച്ചിരികളില്ല, സല്ലാപങ്ങളില്ല.
എല്ലാം ഈ ആവരണത്തിൽ മറയ്ക്കപ്പെടുന്നു.
ആസ്പത്രി ശയ്യകൾ
മരണക്കിടക്കകൾ
മാതാപിതാമൃതികൾ
ഏകാന്തതയുടെ ശവമഞ്ചം ചുമക്കുന്നു.
അമൂല്യജീവനുകളെ
കശക്കി കടലിൽ തള്ളും
അരൂപിയാം ഇരുട്ടുരാക്ഷസനോ നീ?
വിജനമാം ആലിൻചുവട്ടിലുല്ലസിക്കും
വിദൂഷകവിഡ്ഢിയാം
ക്രൂരമാർജ്ജാരൻ നീ.
ഞങ്ങളുടെ സൗഹൃദ സുലൈമാനിത്താലങ്ങൾ
തൂവിപ്പോയിരിക്കുന്നു.
മണൽഘടികാരങ്ങളോ നിശ്ചലം.
ഗ്രാമച്ചന്തകളും കടലോരദൃശ്യങ്ങളും
പിളർന്നുകീറി; ഓർമകളായി ചുരുങ്ങി.
ഞങ്ങളുടെ നിരാശ്രയത്വം കൂടുതൽ ഭയാനകമായി.
പ്രഭാതഗീതികൾ
വെറും അപശ്രുതികൾ!
കുളിർമഴയിൽ നനഞ്ഞൊലിക്കും

വർണ്ണ കർക്കിടകക്കുടകൾ,
സൗഹൃദ പൂത്താലങ്ങൾ,
ഹർഷാതിരേകങ്ങൾ,
ജലകേളികൾ,
നനഞ്ഞുകുതിർന്നോരങ്കണക്കുസൃതികൾ,
എല്ലാം,
എല്ലാമീ പ്രചണ്ഡമാരുതൻ
അപഹരിച്ചുവെന്നോ?
മനുഷ്യൻ സമം ഭയം എന്ന തിരുവെഴുത്ത്
ഇതാ പൂർത്തിയാകുന്നുവെന്നോ?
അഷ്ടദിക്പാലകരേ,
രക്ഷകരേ,
ഉണരുക!
ഈ ദുർഭൂതത്തെയെറിഞ്ഞുടച്ചീടുക!

കൊല്ലരുത്

കൊല്ലരുത്. ഞങ്ങളെ!
നീലക്കുന്നുകൾ കേണു.
എന്നെ പിച്ചിക്കീറാതെ.
പനിനീർ തളിക്കുന്നവൾ ഞാൻ,
പുഴ നിലവിളിച്ചു മൂകയായ്.
മുത്തും പവിഴവും
മരതകവും നിറച്ച
നിധികുംഭങ്ങളുമായ് നിൽക്കും
പാടങ്ങളും തേങ്ങി.
ഹൃദയത്തെ പൊള്ളിക്കല്ലേ,
മഹാഹിമ മേരുക്കൾ
ദീനരായി യാചിച്ചു.
എന്റെ നീലനിറം,
എനിക്ക് വിട്ടുതരിക.
നിങ്ങളുടെ ശ്വാസത്തെ
സംഗീതമാക്കുന്നവൾ ഞാൻ,
ആകാശവും വിതുമ്പി.
അവർ പക്ഷേ,
ബധിരരായിരുന്നു!
ഉൽസാഹത്തിമിർപ്പോടെ
സംഘമായി ആർത്തിരമ്പി
അവർ ഓടിയടുത്തു.

നിലയ്ക്കാ പ്രകമ്പനങ്ങൾക്കുള്ളിൽ
ഭ്രാന്തമായി നൃത്തം വെച്ചു.
സർവ്വനാശത്തിന്റേതാം
കുതിരക്കുളമ്പടി നാദങ്ങൾക്കൊപ്പം
ആസുരമായ തീക്കനൽപ്പാദങ്ങളോടെ
ഉൻമത്തരായവർ ചുറ്റിനടന്നു.
പൊടുന്നനെയെല്ലാം ഇരുണ്ടു.
ആകാശം താഴേക്കിറങ്ങിവന്ന്
ഭൂമിയെ തന്റെ മാറിലേക്ക്
ചേർത്തണച്ചു ചുംബിച്ചു.

അനു-രാഗം

ഈ
പ്രാചീനമാം
ആമ്പൽക്കടവിലണയും
മഞ്ഞുപോൽ ശുഭ്രയാം
വെള്ളയരയന്നമേ

അങ്ങു ദൂരെ
ചെന്തീ പാറും
ഏതജ്ഞാത തീരത്തുനിന്നും
തുഴഞ്ഞെന്നരികിലെത്തി നീ?

കൗമാരത്തുടുപ്പിൽ
എന്റെയിളം കവിൾ
മന്ദമായ് തഴുകിയോ-
രാദ്യ പ്രണയത്തിൻ,
ദിവ്യമാം രശ്മി നീ!

നിന്നിൽ വിജ്രംഭിക്കും
നനുത്ത രാഗോഷ്മളതയിൽ,
എന്നിലെ പ്രേമചാരുത
ദിവ്യമാമൊരു വേദനയോടെ,
തീർത്തും മറഞ്ഞേ പോയ്!

എങ്കിലും
സുതാര്യമായൊരു
മഞ്ഞുപാളിയിലൂടെന്നപോൽ
നിന്നാർദ്രമാമീ പ്രണയം
മൃദുലമായ് മെല്ലെയൂർന്നിറങ്ങി - ഇന്നും
എന്നെയുന്മത്തയാക്കുന്നു വീണ്ടും!

ഒറ്റമരം

ഒരു കൂട്ടിനായി
കുട്ടിക്കാലത്തേ ഞാൻ മോഹിച്ചു.
ആരും എന്നെ കൂടെ കൂട്ടിയില്ല.

മലയാളികളുടെ ഇടയിൽ
ഞാൻ ഉത്തര മലബാറുകാരനും
ഇംഗ്ലീഷുകാർക്കിടയിൽ
ഞാൻ ഇന്ത്യൻ ഇംഗ്ലീഷുകാരനും.
ഇന്ത്യക്കാർക്കിടയിലോ ഞാൻ
തെക്കേ ഇന്ത്യക്കാരൻ!

കറുത്തവർക്കിടയിൽ സംശയഹേതുവായൊരു
തവിട്ടുനിറക്കാരൻ.
വെളുത്തവർക്കിടയിൽ ശുംഭനായ ഒരു കറുമ്പൻ.
ക്രിസ്ത്യാനികൾക്കിടയിൽ വെറുമൊരു പോപ്പ് ഗായകൻ.
ചായക്കൂട്ടുകൾക്കിടയിൽ ആരും കൂട്ടുചേർക്കാത്ത
കരിംകറുപ്പു ഞാൻ.

ഗന്ധങ്ങളിലോ, ആദം-ഹവ്വ പൂക്കളും!
സ്വപ്നങ്ങളുടെ സംഘങ്ങളിൽ
രക്തവർണ്ണമാർന്ന ദുഃഖം.
മാസങ്ങളിൽ വിരഹ കയ്പുനിറയും
മാർച്ച് മാസം.

ഇതെല്ലാം ചേർന്നുരുകി,
ഞാനൊരു ഒറ്റമരമായി.
ഇതാ ഇങ്ങനെ വിറങ്ങലിച്ച്!

അനുവാദം

അവർ,
ഒന്നിനും
എന്നെ അനുവദിച്ചില്ല.

ഒരു കലാകാരിയാകാൻ
അവശ്യമായൊരു ശരശയ്യയോ,
ഒരു നല്ല തൊഴിലാളിയാകാൻ
ആവശ്യമാം ചങ്ങലകളോ,
നൽകാനവർക്കായില്ല.

നല്ലൊരു സർക്കസ്സുകാരിയാകാൻ
കാൽകീഴേ കനൽ കൊണ്ടൊരു വീഴ്ചവലയും
അവർക്കൊരുക്കാനായില്ല.

എന്റെ പാവം മനസ്സിനെ
വിളറി പിടിപ്പിക്കുംവിധം
വേദനതൻ അനേകം കടന്നൽക്കുത്തുകൾ
അവർ എനിക്കായി ഒരുക്കി.

ഒരു കോഴിയെപ്പോലു-
മവരൊരിക്കലും
കടം തരാഞ്ഞതിനാൽ
മറ്റൊരു സോക്രട്ടീസാകാനും
എനിക്ക് കഴിഞ്ഞില്ല!

ആഴം

നീല ബുർക്കയിട്ട
മലമടക്കുകൾക്കടിയിൽ
ഗർഭത്തിലെന്നോണം ഒളിച്ച
സാഗരവീചികൾ.
മയിലാഞ്ചിക്കാടുകൾ
ആർത്തുമദിക്കുംപോൽ
ഉല്ലസിക്കുന്നൊരീയാഴി.

മദിച്ചാർത്തെത്തി
പൊട്ടിച്ചിതറും
സാഗരതിരകൾ തൻ
രജത കങ്കണ സൗകുമാര്യം.

സുന്ദരങ്ങളും
അസുന്ദരങ്ങളും,
സത്യാസത്യങ്ങളും,
കറുപ്പു കലരും സന്തോഷങ്ങളും
വെളുപ്പു കലർന്ന ദുഃഖങ്ങളും,
തിരയടിക്കുമീയാഴി.
ദശാവതാരങ്ങൾ തൻ
തീവ്ര നവരസങ്ങളും,
ഉപേക്ഷിക്കപ്പെട്ട മുഖംമൂടി മനസ്സുകളും
ഉള്ളിലടക്കി വിങ്ങിപ്പൊട്ടുന്നൊരീ
യലയാഴി തൻ ആഴം, ദീപ്തം!

ദിനചര്യ

കവിതാധ്യാനത്തിൽ
ഞാനെന്നും
എന്റെ കിടക്ക വിട്ടെഴുന്നേൽക്കുന്നു.
എന്റെ പ്രഭാത പാനീയത്തിന്
വാടാമല്ലിപ്പൂക്കവിതതൻ
ഇളം കയ്പുരസം.
ചിതറും കവിതതൻ
ചുടുരക്തം പോലെ
തുടിച്ചുയരും
സൂര്യകിരണങ്ങൾ.
വിടരും ചെമ്പകപ്പൂ തൻ
സുസ്മിതത്തിലും
ഈ തുളസിത്തറയിലും
വിഷാദ കവിതാധൂളികൾ.
പറന്നകലും
കിളികൾ തൻ പേച്ചിൽ
കിനിഞ്ഞിറങ്ങും
കവിതയുടെ ഭ്രാന്തമാം
തിരുമുടിയഴിച്ചാട്ടം.
മനം, മറിഞ്ഞുപോയോരു
കവിതാ നിറചഷകം.
തുളുമ്പി വീഴുമിടമോ

ഖിന്നതകൾ കൊണ്ട്
ഊടും പാവും നെയ്തൊരു പരവതാനി.
വൃക്ഷത്തലപ്പുകളിൽ
വിറളി പിടിച്ചാർക്കും കാറ്റിൽ
ദിക്കെട്ടിലൂടെയുമോടിയെത്തും
ദയനീയമാം വായ്ത്താരികൾ.
വിരസതകൾ തൻ കൽപടവുകൾ താണ്ടി
പുകഞ്ഞുകൊണ്ടിരിക്കുമീ
അഗ്നിപർവ്വതക്കാഴ്ച്ചയിലേക്ക് ഞാൻ
ഊളിയിട്ടിറങ്ങുകയായി.
അതിന്റെ
അത്യഗാധതയിലേക്ക്!

ഒളിത്താവളങ്ങൾ

ഞാനും നിങ്ങളും,
ഒളിത്താവളങ്ങൾ തേടുന്നു.
വിഹ്വലസ്വപ്നങ്ങളിൽ
നിന്നോടിയൊളിക്കാൻ
വിതുമ്പുന്ന മനസ്സുകളുടെ
മാറാപ്പൊന്നിറക്കിവെക്കാൻ.
സുഖമെന്നു തോന്നുന്ന ദുഃഖങ്ങളെ,
ഒരു പുഞ്ചിരി കൊണ്ട് തലോടി
മെല്ലെ
പുതപ്പിച്ചുറക്കാൻ.
അന്വേഷിച്ചിട്ടും
അന്വേഷിച്ചിട്ടും
കണ്ടെത്താനാവാത്ത
നിധികുംഭങ്ങളെയോർത്ത്
വേവലാതിപ്പെടാൻ.
ഇതല്ല ശരിയെന്ന്
ശാസിക്കുന്ന മനസ്സുകളോട്
മല്ലിട്ടു മടുക്കുമ്പോൾ
ഒന്നാശ്വസിക്കുവാൻ.
നഷ്ടപ്പെട്ടുപോയ
മാണിക്യങ്ങളെ
ഇനിയൊരിക്കലും

തിരികെ കിട്ടില്ലെന്നറിഞ്ഞിട്ടും
ദുഃഖവായ്പോടെ ചാഞ്ഞിരിക്കാനായി
മരത്തണലുകൾ തേടാൻ.
അങ്ങനെയങ്ങനെ,
ഒളിത്താവളങ്ങൾ
തേടുന്നവരുടെ നിര,
നീണ്ടുകൊണ്ടേയിരിക്കുന്നു.
ഒളിത്താവളങ്ങളോ
നീരസത്തോടെ
മുഖം തിരിച്ചകലുന്നു.

വിട പറയും ജൂണിന്

കുഞ്ഞുമനസ്സുകളുടെ
തിളക്കമേറും
ആഹ്ലാദത്തിമർപ്പുകളും
ജൂൺ മാസത്തിന്റെ ആരവങ്ങളും
മാഞ്ഞുമറഞ്ഞേ പോയി.
ഒടിഞ്ഞ പെൻസിൽ മുനയുടെ
പരാതി തൻ ചാരുതയോ
വക്കുപൊട്ടിയ ഇൻസ്ട്രുമെന്റ് ബോക്സിന്റെ
ചങ്ങാത്തമോ
ഇനിയില്ല.
കടന്നൽക്കുത്തുകളേറ്റ്
മരവിച്ചുപോയ എന്റെ മനസ്സിനാശ്വാസമായി
കാത്തുവെച്ച കുട്ടിക്കുറുമ്പുകളും
മാഞ്ഞേ പോയി.
സപ്തംബറിലെ ഓണപ്പൂക്കളും
യൂണിഫോമിട്ട വിമ്മിഷ്ടങ്ങളുടെ
തുമ്പിതുള്ളലും എങ്ങോ പോയി.
കനത്ത കാലത്തിരശ്ശീലയിൽ
അവയെല്ലാം അദൃശ്യമായി അലിഞ്ഞു.
സ്വപ്നവിഷാദങ്ങളുടെ
മണൽത്തിട്ടകളുറങ്ങും
ഈ മഹാനദിക്കരയിൽ
ഞാനിനി ഒറ്റയ്ക്ക്!

ഞാൻ സന്യാസി

ആദികാലംമുതൽ
വിവിധങ്ങളാം വിമ്മിഷ്ടങ്ങൾതൻ
ചിതൽപ്പുറ്റുകൾക്കകത്തിരുന്നു ഞാൻ.

പേർത്തും പേർത്തും
ചുഴിഞ്ഞമരുമീ
ചിന്താകൂടാരത്തിൽ,
ഞാനൊരേകാകി.
ഊരുംപേരുമാരെങ്കിലും ചോദിച്ചാൽ
മൗനത്തിലേക്കു മുങ്ങും!

പാലും പഴവും
മുന്നിലെത്തിയപ്പോൾ ഞാൻ,
നിർവികാരനായി നോക്കിനിന്നു.

മാധുരീദീക്ഷിത്ത് വീണ്ടും
വശ്യമായി പുഞ്ചിരിച്ചപ്പോൾ,
കുറ്റിച്ചൂലുപോലെ ഞാൻ
പതുങ്ങി മൂലയ്ക്കൊതുങ്ങി!

പി ടി ഉഷ പെട്ടിയിൽനിന്നും
ചാടിക്കുതിച്ചനാൾ,
ഞാനുൾവലിഞ്ഞോരു
പന്തുപോലെ ചുരുണ്ടു!

വളരാതെ വളർന്നുപോയ
ഞാനിപ്പോൾ ധ്യാനശീലൻ
ഏവർക്കും മുക്തിദായകൻ.

നിത്യതയുറയാത്ത,
സ്വസ്ഥതയറിയാത്ത,
പാദങ്ങളാണെന്റേതെങ്കിലും
പുഷ്പമാലകളാലലംകൃതൻ.

നിർഗുണദേഹീദേഹങ്ങളാൽ
പരമസുഖത്തിലിരിക്കും,
എനിക്കൊന്നിനും മുട്ടില്ലല്ലോ!

സംഹാരതാണ്ഡവമാടാനാശിക്കും
നരസിംഹമെന്നുള്ളിലുണ്ടെന്നാകിലും
ഞാനിന്നൊരു പൂജ്യപദവിയിലിരിക്കും
സന്യാസി ശ്രേഷ്ഠൻ!

എനിക്കൊന്നിനും മുട്ടില്ലല്ലോ.

പലവ്യഞ്ജനക്കട

ഈ വഴിവാണിഭക്കാരന്
എന്താണ് വിൽക്കാനുള്ളത്?
യൗവ്വനകുതൂഹലം തിങ്ങിനിറയും
ബഹുവർണ്ണ മിഠായികളോ?
നെഞ്ചുറപ്പോടെ നടന്നു മറയും
അന്ധവിപ്ലവത്തിൻ ഇടിമുഴക്കങ്ങളോ?
മസൃണമാം പ്രണയത്തിൻ
തേൻതുള്ളികളിറ്റും,
നീലലോലാക്കുകളോ?
ഇതിലേതാണ് വില്പനക്കാരാ,
നിന്റെ കച്ചവടത്തിൻ
ആകർഷണത്തൊങ്ങലുകൾ?
പ്രേതാലയങ്ങൾപോലുള്ള
മനസ്സുകങ്ങളിലെ
മാറാലകൾ വൃത്തിയാക്കും
പീലിപ്പൂങ്കുലകളോ?
ചന്ദനത്തിരികൾ തൻ ധൂമപടലങ്ങളിൽ
വിവശതയോടെ ആർത്തുപിടയും
ദൈവപടങ്ങളോ?
ചാട്ടുളിയാലെയ്തുമുറിക്കപ്പെടും
മതേതരത്വത്തിൻ പാഠപുസ്തകങ്ങളോ?
ഒരിക്കലും കരയാനറിയാത്ത
ഒരിക്കലും ചിരിക്കാനറിയാത്ത
നിസ്സംഗദമ്പതിമാർ തൻ
ഛായാചിത്രങ്ങളോ?
അതോ, കരുണയില്ലാ വാർദ്ധക്യകൂടാരത്തിൻ
കളിമൺമേലാപ്പ്
പിന്നെയും തച്ചുതേച്ചുമിനുക്കും,
വിദുരർതൻ പഴമൊഴികളോ?

സഖി

ഒരു നിശ്വാസത്തിലൂറും
വിശുദ്ധവേദനയായ്,
സൗമ്യസംഗീതമായ്,

ഒരു പുലരിത്തുടുപ്പിൻ
ഇതൾമർമ്മരമായ്,
ഒഴുകിയിറങ്ങിയൊരീ
മിഴിനീർമുത്തായ്,

മനസ്സിൻ കടൽക്കരയിലെ
വെള്ളിമണൽപ്പരപ്പിൽ,
വജ്രശോഭയാളും
നനുത്ത കുഞ്ഞോളങ്ങളായ്,

എൻ പാദസരങ്ങളെ
തൊട്ടുവിതുമ്പും
സുവർണ്ണതീരങ്ങളായ്,
ആർദ്രമാമൊരു
കൗമാരസ്മൃതിയായ്,

വിജനതടാകത്തിന്നുണ്മയാം
കാന്തിപോൽ,
എന്നിലുയർന്ന മൗനമേ നീ
എന്നേയെന്നാത്മസഖിയായ്?

പൂർണ

2023

പി.സി. സുലോചന ടീച്ചർ

1949 ചിങ്ങമാസത്തിലെ അഷ്ടമി രോഹിണി നാളിൽ കീഴക്കേടത്ത് മാധവ മാരാരുടെയും ജാനകി മാരസ്യാരുടെയും രണ്ടാമത്തെ മകളായി ജനനം. പേരാമ്പ്ര വെസ്റ്റ് എ.യു.പി. സ്കൂൾ, പേരാമ്പ്ര വടക്കുമ്പാട് ഹൈസ്കൂൾ എന്നിവിടങ്ങളിൽ വിദ്യാഭ്യാസം. തൃശൂർ ഹിന്ദി ട്രെയിനിങ് സെന്ററിൽനിന്ന് ഹിന്ദി ബിരുദം പൂർത്തിയാക്കി. തലക്കുളത്തൂർ സി.എം.എം. ഹൈസ്കൂളിലും അവിടനല്ലൂർ എൻ.എൻ. കക്കാട് സ്മാരക ഹൈസ്കൂൾ എന്നിവിടങ്ങളിൽ ഹിന്ദി അധ്യാപികയായി സേവനമനുഷ്ഠിച്ചിട്ടുണ്ട്. 2022 ൽ സീനിയർ ചേംബർ ഇന്റർനാഷണൽ കോഴിക്കോട് മെട്രോ അധ്യാപന രംഗത്തെ മികവിന് അവാർഡ് നൽകി ആദരിച്ചു. കൊയിലാണ്ടി സബ്ബ് കോടതിയിലെ പ്രൊസസ്സർ സർവ്വറായിരുന്ന പരേതനായ മാണിക്കോത്ത് ശേഖരമാരാരാണ് ഭർത്താവ്. മക്കൾ: കെ. ജയപ്രകാശ് ബാബു (ഹിന്ദി അധ്യാപകൻ), കെ. ജയപ്രശാന്ത് ബാബു (അഭിഭാഷകൻ, കോഴിക്കോട്) ഡോ. പ്രദീപ് കുമാർ കറ്റോട് (പ്ലസ് ടു മലയാളം അധ്യാപകൻ). മരുമക്കൾ: സുജനി ജയപ്രകാശ് (സെക്രട്ടറി ബാലുശ്ശേരി അഗ്രികൾച്ചറൽ സൊസൈറ്റി), ഡോ. സ്മിതമോൾ സി. (ഗവ: വെറ്റിനറി സർജൻ, പെരുമണ്ണ), ഭൈമി പ്രദീപ്. പേരമക്കൾ: ഡോ. അഞ്ജന ജെ.എസ്, അഞ്ചിത ജെ.എസ്, ഗൗരി ജയപ്രശാന്ത്, ഗായത്രി ജയപ്രശാന്ത്, കവിതാ പ്രദീപ്, നിരഞ്ജൻ പ്രദീപ്.വിലാസം: പി.സി. സുലോചന ടീച്ചർ, ശ്രീ ഗോവിന്ദ ഭവൻ, കണ്ണാടിപ്പൊയിൽ (പോസ്റ്റ്) ബാലുശ്ശേരി, കോഴിക്കോട് ജില്ല, കേരളം-673612. ഫോൺ: 9061092462.